Tủ Sách Bảo Anh Lạc 149

NGHI THỨC TRUYỀN GIỚI SA-DI-NI

Biên soạn

Thích Nữ Giới Hương

Nhà Xuất bản
HƯƠNG SEN

HƯƠNG SEN BUDDHIST TEMPLE
19865 Seaton Avenue, Perris, CA 92570, USA
Tel: 951-657-7272, Cell: 951-616-8620
Email: Hươngsentemple@gmail.com
thichnugioiHương@yahoo.com
Fanpage: Hương Sen
Web: www.Hươngsentemple.com

First Edition 2026 by Huong Sen Buddhist Temple in the United States.

MỤC LỤC

1. NHÂN DUYÊN TRUYỀN GIỚI

Vị Trụ trì/chủ lễ nói về nhân duyên truyền giới Sa-di-ni, giới thiệu Ban giới sư (Tam sư thất chứng) và các giới tử tại đàn tràng chùa Hương Sen.

Nam Mô A Di Đà Phật

Kính bạch Chư tôn Đức Ni trưởng, Quý Ni sư trong Ban Giới sư,

Mười Giới Sa-di-ni (Sramaneri Precepts) chính là những viên gạch đầu tiên xây dựng nên tòa nhà phạm hạnh. Đây là những giới luật cơ bản giúp hành giả bước đầu thúc liễm thân tâm, khép mình vào nếp sống thiền môn quy củ. Mười giới đức tuy đơn sơ nhưng lại là nền tảng đạo đức và oai nghi thiết yếu; là bệ phóng vững chãi trước khi một vị Ni thọ nhận các giới pháp cao hơn như Thức-xoa-ma-na hay Tỳ-kheo-ni giới. Giữ trọn mười giới căn bản này cũng chính là từng bước chuyển hóa tam nghiệp, kiến tạo đời sống an lạc nội tại và thăng hoa trên lộ trình thanh tịnh giải thoát.

Hôm nay, đạo tràng Chùa Hương Sen chúng con vô cùng hoan hỷ và thành kính đảnh lễ tri ân Chư tôn đức. Dẫu Phật sự tại bổn tự vô cùng bận rộn, nhưng vì lòng thương tưởng đàn hậu học, Quý Ngài đã không quản ngại đường xá xa xôi, quang lâm về ngôi chùa vùng sâu vùng xa này để đăng đàn truyền trao giới pháp Sa-di-ni cho các giới tử.

Sự hiện diện của Quý Ngài chính là duyên lành lớn lao, giúp các giới tử xuất gia, chính thức được đắp y vàng giải thoát giữ mười giới căn bản mà Đức Từ phụ Bổn Sư Thích Ca Mâu Ni cùng Thánh Tổ Ni Đại Ái Đạo đã khai sáng và trao truyền.

Kính thưa Chư Tôn Đức Giới Sư,

Ban điển lễ sẽ có lễ chính thức Cung An Ban Giới Sư.

Danh sách Tam Sư Thất chứng, chúng con kính trình như sau:

Hòa thượng Ni:	Ni trưởng thượng… hạ…
Giáo Thọ Ni:	Ni trưởng thượng… hạ…
Yết Ma Sư:	Ni trưởng thượng… hạ…
Tôn chứng Sư I:	Ni sư Thích Nữ….
Tôn chứng Sư II:	Ni sư Thích Nữ….
Tôn chứng Sư III:	Ni sư Thích Nữ….

Tôn chứng Sư IV: Ni sư Thích Nữ….

Tôn chứng Sư V: Ni sư Thích Nữ….

Tôn chứng Sư VI: Ni sư Thích Nữ….

Tôn chứng Sư VII: Ni sư Thích Nữ….

Điển lễ: Ni sư Thích Nữ….

Duy na (chuông): Ni sư Thích Nữ….

Duyệt chúng (mõ): Ni sư Thích Nữ….

Về phía giới tử: gồm có …. (số lượng) vị Sa-di-ni, pháp danh là ……

Đây là những sa-di-ni đã tu học ở Chùa Hương Sen trong thời gian 2 năm qua, đã tinh tấn chấp tác, tụng kinh, ngồi thiền, trì giới và có lòng hướng đến giải thoát theo giáo lý Phật đà.

Xét thấy đủ khả năng thăng tiến trên đường giới-định-tuệ, nên chúng con kính cung thỉnh Chư Giới sư Tam sư Thất chứng (Thập sư) quang lâm Chùa Hương Sen, truyền trao giới pháp cho các giới tử.

Chúng con thành kính tri ân Chư Tôn Đức Giới Sư. (o)

Nam mô Trì Luật đệ nhất, Ưu-ba-li Tôn giả tác đại chứng minh. (o)

2. ĐƠN GHI DANH XIN THỌ GIỚI

HƯƠNG SEN BUDDHIST TEMPLE - CHÙA HƯƠNG SEN
19865 Seaton Ave., Perris, CA 92570 - USA
Tel: 951-657-7272 ▪ Cell: 951-616-8620
Email: huongsentemple@gmail.com ▪ Web: www.huongsentemple.com ▪ Fanpage: Huong Sen

Nam mô Bổn sư Thích Ca Mâu Ni Phật

ĐƠN GHI DANH THỌ GIỚI

Kính gởi:

Con:

Pháp danh:

Pháp tự:

Sinh ngày: tháng năm

Giới tính: ☐ Nam ☐ Nữ

Địa chỉ:

Email: Điện thoại:

Kính mong Ban kiến đàn cho con được thọ GIỚI:

☐ Tỳ kheo ☐ Thức xoa Ma na ni
☐ Sa di ☐ Sa di ni
☐ Tỳ kheo ni ☐ Bồ tát xuất gia

<u>XÁC NHẬN CỦA BỔN SƯ / Y CHỈ SƯ</u> Ngày tháng năm

Kính đơn

(ký tên)

3. GIỚI TỬ TÁC BẠCH

(*Một giới tử đại diện đứng bạch*)

Nam Mô Bổn Sư Thích Ca Mâu Ni Phật.

Kính bạch Chư Tôn Giới Sư, Giới Đàn Chùa Hương Sen, California,

Hôm nay, đạo tràng thanh tịnh, duyên lành hội đủ, hàng giới tử chúng con có duyên sự xin đầu thành đảnh lễ, dâng lời tác bạch. *(o) (1 lạy, quỳ bạch)*

Kính bạch Chư Tôn Đức Giới Sư,

Chúng con là các tập sự pháp danh là ...... và...... Thật may mắn thay cho hàng hậu học chúng con, đời trước có thắng duyên, đời này được dự vào hàng xuất gia, sống trong nếp sống thanh bần giản dị của thiền môn quy củ. Từ lâu, chúng con hằng khát ngưỡng giới pháp giải thoát của Đức Thế Tôn, như sa mạc mong mưa, như con thơ tìm dòng sữa mẹ.

Giờ đây, thiện duyên đã tới, Chư Tôn Đức Ni Giới Sư đã thùy từ lân mẫn, không quản ngại bao Phật sự, câu hội về Chùa Hương Sen để mở giới đàn. Chúng con xin thành tâm đảnh lễ, thiết tha khẩn cầu Quý Ni trưởng, Quý Ni sư dũ lòng từ bi thương xót, đăng đàn truyền trao giới pháp Sa-di-ni cho chúng con.

Nguyện xin giới pháp thiêng liêng thấm nhuần tâm giới, để chúng con có đầy đủ giới đức tu hành, trên đền đáp tứ trọng ân, dưới làm nơi nương tựa cho chúng sanh vạn loại.

Cúi xin Chư Tôn Đức Giới Sư thùy từ chứng minh và gia hộ cho hàng giới tử chúng con được ân triêm công đức.

Nam Mô Chứng Minh Sư Bồ Tát
Ma Ha Tát. *(o)*

Quỳ đợi Chư Giới sư bảo:

Lành thay! Lành thay! Các vị bấy lâu có lòng khát ngưỡng quy giới, nay đủ duyên lành, cần cầu trên Chư giới sư Ni truyền trao quy giới Sa-di-ni. Chư tôn đức Ni rất hoan hỉ hứa khả, vậy các vị như pháp lễ Chư hiền Thánh tăng và Chư Giới sư ni hiện tiền chứng minh cho. (o)

Giới sư Ni nói xong, giới tử bạch tiếp:

Trên Chư tôn đức Ni đã từ bi hứa khả sẽ truyền trao giới pháp Sa-di-ni cho chúng con rồi, Chúng con vô cùng tri ân và xin đê đầu đảnh lễ cúng dường. (o)

Điển lễ: Giới tử khởi thân đảnh lễ Chư tôn Giới sư hiện tiền. (1 lạy, o)

4. CÚNG HƯƠNG

(Chủ lễ niệm)

Nguyện dâng hương mầu nầy
Cúng dường tất cả Phật
Tôn Pháp, chư Bồ Tát
Thinh Văn và Duyên Giác
Cùng các bậc Thánh Hiền
Duyên khởi đài sáng chói
Khắp xông mười phương cõi
Tỏa ngát các chúng sanh
Đều phát tâm Bồ Đề

Xa lìa các vọng nghiệp

Trọn nên Đạo Vô Thượng.

Nam Mô Hương Cúng Dường Bồ Tát Ma Ha Tát. (o) (1 xá)

5. CẦU NGUYỆN

Giờ đây, tiết phật hóa đạo lành, trời quang mây tạnh, hội thượng thanh tịnh, duyên khởi kiết tường.

Hôm nay, ngày...... tháng...... năm..., **đệ tử chúng con là Tỳ-kheo-ni...... cùng chư Tôn đức trong Hội đồng Thập sư quy ngưỡng giới đài, vân tập tại Đại hùng bảo điện Chùa Hương Sen, Perris, bang California, Hoa Kỳ.**

Giờ khắc thiêng liêng, giới đàn thanh tịnh, chúng con thành tâm thiết lễ, đăng đàn truyền trao giới pháp Sa-di-ni cho các giới tử:

Pháp danh: ......, thế danh: ......, sinh ngày:

...... **tại:** ...... *(Nếu có nhiều giới tử thì đọc tuần tự)*

Trên đạo tràng trang nghiêm này, Hội đồng Thập sư chúng con kiền thành dâng hương, phần hương thanh tịnh, nhất tâm cung thỉnh: Đức Bổn Sư Thích Ca Mâu Ni Phật, mười phương Chư Phật, Chư đại Bồ-tát, Hiền Thánh Tăng, Duyên Giác, Thanh Văn, cùng chư vị Lịch đại Tổ sư, chư vị Thiện thần Hộ pháp, Long thiên Bát bộ...

Nguyện thùy từ lân mẫn, quang giáng đàn tràng, gia hộ cho giới đàn bờ cõi kiết giới trang nghiêm, thanh tịnh viên mãn; gia hộ cho chư vị Giới sư đạo hạnh tỏa ngời, giới đức tròn đầy; và nguyện cho các giới tử đắc đắc giới thể, trang nghiêm giới thân huệ mạng, nối thịnh dòng thánh sản, ngõ hầu làm cho chánh pháp được cửu trụ ở thế gian, Phật nhật tăng huy, pháp luân thường chuyển. (o)

Nam Mô Thập Phương Thường Trụ Tam Bảo. (o)

Nam Mô Ta bà Giáo chủ Bổn Sư Thích Ca Mâu Ni Phật. (o)

Nam Mô Khải giáo A-Nan-Đà Tôn giả. (o)

Nam Mô Trì Luật đệ Nhất, Ưu Ba li Tôn giả. (o)

Nam Mô Thánh Tổ Ni Đại-Ái-Đạo Kiều-Đàm-Di Tôn giả tác đại chứng minh. (ooo)

6. LỄ PHẬT

(Đại chúng đồng tụng)

Đấng Pháp Vương vô thượng
Ba cõi chẳng ai bằng
Thầy dạy khắp trời, người
Cha lành chung bốn loài
Quy y tròn một niệm
Dứt sạch nghiệp ba kỳ
Xưng dương cùng tán thán
Ức kiếp không cùng tận. (o) (1 xá)
Phật, chúng sanh tánh thường rỗng lặng
Đạo cảm thông không thể nghĩ bàn

Lưới đế châu ví đạo tràng
Mười phương Phật hiện hào quang sáng ngời
Trước bảo tọa thân con ảnh hiện
Cúi đầu xin thệ nguyện quy y. (o)

Chí tâm đảnh lễ:

Nam Mô tận hư không biến pháp giới quá, hiện, vị lai thập phương chư Phật, Tôn Pháp Hiền Thánh Tăng thường trụ Tam Bảo. (o) (1 lạy)

Chí tâm đảnh lễ:

Nam Mô Ta Bà Giáo Chủ Bổn Sư Thích Ca Mâu Ni Phật, Đương Lai Hạ Sinh Di Lặc Tôn Phật, Đại Trí Văn Thù Sư Lợi Bồ Tát, Đại Hạnh Phổ Hiền Bồ Tát, Hộ Pháp Chư Tôn Bồ Tát, Linh Sơn Hội Thượng Phật Bồ Tát. (o) (1 lạy)

Chí tâm đảnh lễ:

Nam Mô Tây Phương Cực Lạc Thế Giới

Đại Từ Đại Bi A Di Đà Phật, Đại Bi Quán Thế Âm Bồ Tát, Đại Thế Chí Bồ Tát, Đại Nguyện Địa Tạng Vương Bồ Tát, Thanh Tịnh Đại Hải Chúng Bồ Tát. (o) (1 lạy)

7. TÁN DƯƠNG CHI

(*Mời ngồi xuống và khai chuông mõ*)

Cành dương nước tịnh nhiệm mầu
Rưới tắt muôn vàn cảnh khổ đau
Chư Thiên mát mẻ, tâm thanh tịnh
Nhân thế vui tươi, cảnh an nhàn
Cam lồ rưới khắp trần gian
Lửa sân dứt sạch, sen vàng nở hoa.
Nam Mô Thanh Lương Địa Bồ Tát
Ma Ha Tát. (3 lần) (o)

8. CHÚ ĐẠI-BI

Nam Mô Đại Bi Hội Thượng Phật Bồ Tát.
(3 lần) (o)

Thiên thủ thiên nhãn vô ngại đại-bi tâm đà-la-ni.

Nam Mô hắc ra đát na, đa ra dạ da. Nam Môa rị da, bà lô yết đế, thước bát ra da, Bồ-đề tát đỏa bà da, ma ha tát đỏa bà da, ma ha ca lô ni ca da, án, tát bàn ra phạt duệ số đát na đát tỏa.

Nam Mô tất kiết lật đỏa y mông a rị da, bà lô kiết đế thất Phật ra lăng đà bà.

Nam Mô na ra cẩn trì hê rị ma ha bàn đa sa mế, tát bà a tha đậu thâu bằng, a thệ dựng, tát bà tát đa, na ma bà già, ma phạt đạt đậu, đát điệt tha. Án a bà lô hê, lô ca đế, ca ra đế, di hê rị, ma ha bồ-đề tát đỏa, tát bà tát bà, ma ra ma ra, ma hê ma hê, rị đà dựng, cu lô cu lô kiết mông, độ lô độ lô, phạt xà da đế, ma ha phạt xà da đế, đà ra đà ra, địa rị ni, thất Phật ra da, dá ra dá ra. Mạ mạ phạt ma ra, mục đế lệ, y hê y

hê, thất na thất na a ra sâm Phật ra xá-lợi, phạt sa phạt sâm, Phật ra xá da, hô lô hô lô ma ra, hô lô hô lô hê rị, ta ra ta ra, tất rị tất rị, tô rô tô rô, bồ-đề dạ bồ-đề dạ, bồ-đà dạ, bồ-đà dạ, di đế rị dạ, na ra cẩn trì địa rị sắc ni na, ba dạ ma na ta bà ha. Tất đà dạ ta bà ha. Ma ha tất đà dạ ta bà ha. Tất đà du nghệ thất bàn ra dạ, ta bà ha. Na ra cẩn trì ta bà ha. Ma ra na ra ta bà ha. Tất ra tăng a mục khê da, ta bà ha. Ta bà ma ha, a tất đà dạ, ta bà ha. Giả kiết ra a tất đà dạ, ta bà ha. Ba đà ma yết tất đà dạ, ta bà ha. Na ra cẩn trì bàn đà ra dạ, ta bà ha. Ma bà lị thắng yết ra dạ, ta bà ha.

Nam Mô hắc ra đát na, đa ra dạ da. Nam Mô a rị da, bà lô yết đế, thước bàng ra dạ, ta bà ha.

Án tất điện đô, mạn đa ra, bạt đà dạ, ta bà ha. (3 lần) (o)

9. KỆ SÁM HỐI

Xưa kia gây nên bao ác nghiệp
Đều vì nhiều kiếp tham sân si
Do thân miệng ý phát sinh ra
Tất cả con nay xin sám hối.

Bao nhiêu tội lỗi sâu dường ấy
Nguyện đều tiêu diệt hết không còn
Niệm niệm trí soi khắp Pháp giới
Độ hết chúng sinh không thoái chuyển. (o)
Nam Mô Cầu Sám Hối Bồ Tát Ma Ha Tát.
(3 lần) (o)

10. KỆ KHAI LUẬT TẠNG

Thăm thẳm cao siêu Pháp nhiệm mầu
Trăm ngàn muôn kiếp khó tìm cầu,
Con nay nghe thấy chuyên trì niệm,

Nguyện tỏ Như Lai nghĩa nhiệm mầu.

Nam Mô Khai Luật Tạng Bồ tát ma-ha-tát.

(3 lần) (o)

11. CUNG AN CHỨC SỰ

***Điễn lễ** và các giới tử, ra giữa đứng bạch thỉnh cung an chức sự:*

Nam mô A Di Đà Phật.

Kính bạch trên Chư tôn Giới sư, chúng con có duyên sự, xin đầu thành đảnh lễ tác bạch (*1 lạy và quỳ*):

Nam mô A Di Đà Phật

Kính bạch trên Chư tôn Giới sư Ni, hôm nay giới đàn thiết lập, chánh luật tuyên hành, chung bản hòa mình, thánh hiền vân tập, chúng con xin:

- Cung thỉnh Ni trưởng thượng.......... hạ........ đương vi Đàn đầu Hòa thượng Ni. (o)
- Cung thỉnh Ni sư thượng.......... hạ......... đương vi Yết ma A-xà-lê. (o)

- Cung thỉnh Ni sư thượng.......... hạ......... đương vi Giáo thọ A-xà-lê. (o)
- Cung thỉnh Ni sư thượng............ hạ.......... đệ nhất Tôn chứng sư. (o)
- Cung thỉnh Ni sư thượng............ hạ.......... đệ nhị Tôn chứng sư. (o)
- Cung thỉnh Ni sư thượng............ hạ.......... đệ tam Tôn chứng sư. (o)
- Cung thỉnh Ni sư thượng............ hạ.......... đệ tứ Tôn chứng sư. (o)
- Cung thỉnh Ni sư thượng............ hạ.......... đệ ngũ Tôn chứng sư. (o)
- Cung thỉnh Ni sư thượng............ hạ.......... đệ lục Tôn chứng sư. (o)
- Cung thỉnh Ni sư thượng............ hạ.......... đệ thất Tôn chứng sư. (o)
- Cúi xin Chư tôn thùy từ nhẫn khả cho các giới tử được ân triêm công đức. (o)

***Hòa thượng Ni đáp*:**

Lành thay! Tốt lắm! (o)

Điễn lễ: A Di Đà Phật, trên Chư tôn đã thùy

từ hứa khả cho rồi, chúng con xin đầu thành đảnh lễ cúng dường tam bái. (3 lạy, ooo)

12. GIỚI TỬ THỈNH TAM SƯ THẤT CHỨNG

(Kéo màn trước bàn Phật)[1]

Giới tử hướng về Hòa thượng Ni và Điển lễ xướng:

Đảnh lễ Hòa thượng Ni Đàn đầu truyền giới 1 lạy (o)

Giới tử hướng về Yết ma A-xà-lê và Điển lễ xướng:

Đảnh lễ Yết ma A-xà-lê 1 lạy (o)

Giới tử hướng về Giáo thọ A-xà-lê và Điển lễ xướng:

Đảnh lễ Giáo Thọ A-xà-lê 1 lạy (o)

Giới tử hướng về bàn Tôn chứng sư (bên phải) và Điển lễ xướng:

1. Giới Đàn Ni, soạn dịch: TT Thích Minh Phát, NXB Tôn Giáo, 2013, trang 87-98.

Đảnh lễ Chư Tôn chứng sư 1 lạy (o)

Giới tử hướng về bàn Tôn chứng sư (bên trái) và Điển lễ xướng:

Đảnh lễ Chư Tôn chứng sư 1 lạy (o)

Giới tử quỳ hướng về Hòa thượng Ni và đọc theo Điển lễ:

Điển lễ: Các giới tử! Nay cung thỉnh Chư Giới sư. Phép thỉnh sư, các vị phải tự nói, chỉ vì các vị chưa biết, nay tôi chỉ cho các vị, xin đọc theo tôi:

_ **Bạch Đại đức Ni một lòng thương xót, con pháp danh là.... Nay thỉnh Đại đức làm Hòa thượng. Xin Đại đức vì thương xót chúng con mà làm Hòa thượng. Con nương theo Đại đức mà được thọ giới Sa-di-ni.** (3 lần, mỗi lần 1 xá)

Hòa thượng Ni: **Lành thay! Tốt lắm. Các vị hãy giữ thân tâm cho thanh tịnh, chớ có buông lung.**

Giới tử: **Mô Phật, con xin vâng lời.** (1 xá)

Giới tử quỳ hướng về Yết ma Ni và đọc theo Điển lễ:

Điển lễ:

_ **Bạch Đại đức Ni một lòng thương xót, con pháp danh là…. Nay thỉnh Đại đức làm Yết ma A xà lê. Xin Đại đức vì thương xót chúng con mà làm Yết ma A xà lê. Con nương theo Đại đức mà được thọ giới Sa-di-ni.** (3 lần, mỗi lần 1 xá)

Hòa thượng Ni: **Lành thay! Tốt lắm. Các vị hãy giữ thân tâm cho thanh tịnh, chớ có buông lung.** (o)

Giới tử: **Mô Phật, con xin vâng lời.** (1 xá)

Giới tử quỳ hướng về Giáo thọ Ni và đọc theo Điển lễ:

Điển lễ:

_ **Bạch Đại đức Ni một lòng thương xót, con pháp danh là…. Nay thỉnh Đại đức làm Giáo thọ A xà lê. Xin Đại đức vì thương xót chúng con mà làm Giáo thọ A xà lê. Con nương theo Đại đức mà được thọ giới Sa-di-ni.** (3 lần, mỗi lần 1 xá)

Hòa thượng Ni: **Lành thay! Tốt lắm. Các vị hãy giữ thân tâm cho thanh tịnh, chớ có buông lung.** (o)

Giới tử: **Mô Phật, con xin vâng lời.** (1 xá)

Giới tử quỳ, chia ra, đều hướng về bàn Tôn chứng ở bên phải và bên trái và đọc theo Điển lễ:

Điển lễ:

_ **Bạch Đại đức Ni một lòng thương xót, con pháp danh là.... Nay thỉnh Các Đại đức Ni làm Tôn Chứng Sư. Xin các Đại đức vì thương xót chúng con mà làm Tôn Chứng Sư. Con nương theo các Đại đức mà được thọ giới Sa-di-ni.** (3 lần, mỗi lần 1 xá)

Hòa thượng Ni: **Lành thay! Tốt lắm. Các vị hãy giữ thân tâm cho thanh tịnh, chớ có buông lung.** (o)

Giới tử: **Mô Phật, con xin vâng lời.** (1 xá)

Điển lễ: **Chư giới tử khởi thân đảnh lễ Chư Giới Sư tam bái**. (3 lạy, ooo)

Mời các giới tử ra ngoài cửa, đứng chỗ mắt thấy mà tai không nghe. Chúng tôi sẽ mời vào sau vài phút.

13. YẾT MA TRUYỀN GIỚI

(Yết ma hỏi và Điển lễ đáp)

Yết ma: **Tăng đã tập hợp đầy đủ chưa?**

Điển lễ: **Thưa, đã tập hợp đầy đủ.**

Yết ma: **Có hòa hợp không?**

Điển lễ: **Thưa, có hòa hợp.**

Yết ma: **Người chưa thọ giới Cụ Túc đã ra chưa ?**

Điển lễ: **Thưa, đã ra.**

Yết ma: **Tăng nay tập hợp để làm gì?**

Điển lễ: **Thưa, yết ma truyền Giới Sa-di-ni.**

Yết ma: – **Xin Ban giới sư lắng nghe, các vị Sa-di-ni với pháp danh.... đang cầu xin được thọ Giới Sa-di-ni và đã thỉnh được Hòa thượng Ni thượng ... hạ ... làm Thân giáo sư, xin học giới hai năm.**

Các vị giới tử nói trên đã trình bày là họ thanh tịnh, không có gì chướng ngại. Nếu thấy thời gian thích hợp và không có gì trở

ngại thì xin ban Giới sư chấp thuận cho các giới tử ấy được tiếp nhận Giới Sa-di-ni.

Đây là lời tác bạch. Bạch như thế, tác bạch có thành không?

Chư Tôn đức ni cùng đáp:

Thành. (o)

Yết ma: – **Xin Ban giới sư lắng nghe, các vị Sa-di-ni với pháp danh.... đang cầu xin được thọ Giới Sa-di-ni và đã thỉnh được Hòa thượng Ni thượng ... hạ ... làm Thân giáo sư.**

Các vị giới tử nói trên đã trình bày là họ thanh tịnh, không có gì chướng ngại. Nếu thấy thời gian thích hợp và không có gì trở ngại thì xin ban Giới sư chấp thuận cho các giới tử ấy được tiếp nhận Giới Sa-di-ni, thì xin im lặng, ai không bằng lòng thì nói.

Đây là yết ma lần thứ nhất, có thành không? (o)

Chư Tôn đức ni cùng đáp:

Thành. (o)

Yết ma: – **Xin Ban giới sư lắng nghe, các vị giới tử với pháp danh.... đang cầu xin**

được thọ giới Sa-di-ni và đã thỉnh được Hòa thượng Ni thượng … hạ … làm Thân giáo sư.

Các vị giới tử nói trên đã trình bày là họ thanh tịnh, không có gì chướng ngại. Nếu thấy thời gian thích hợp và không có gì trở ngại thì xin ban Giới sư chấp thuận cho các giới tử ấy được tiếp nhận giới Sa-di-ni, thì xin im lặng, ai không bằng lòng thì nói.

Đây là yết ma lần thứ hai, có thành không? (o)

Chư Tôn đức ni cùng đáp:

Thành. (o)

Yết ma: – **Xin Ban giới sư lắng nghe, các vị Giới tử với pháp danh…. đang cầu xin được thọ giới Sa-di-ni và đã thỉnh được Hòa thượng Ni thượng … hạ … làm Thân giáo sư.**

Các vị giới tử nói trên đã trình bày là họ thanh tịnh, không có gì chướng ngại. Nếu thấy thời gian thích hợp và không có gì trở ngại thì xin ban Giới sư chấp thuận cho các giới tử ấy được tiếp nhận giới Sa-di-ni, thì xin im lặng, ai không bằng lòng thì nói.

Đây là yết ma lần thứ ba, có thành không? (o)

Chư Tôn đức ni cùng đáp:

Thành. (o)

Yết ma: **Chư Đại Ni đã giữ im lặng qua ba lần hỏi, chúng con biết toàn thể đã chấp nhận. Tác pháp yết ma Truyền giới Sa-di-ni như vậy đã thành và các giới tử này được phép nhận giới Sa-di-ni. Xin tri ân Ban Giới sư**. (o)

Mời các giới tử đứng lên đảnh lễ ban Giới Sư và Điển lễ xướng:

Chư giới tử khởi thân đảnh lễ chư Giới sư tam bái. (3 lạy, ooo)

14. VẤN NẠN

Ni sư Yết ma: Các vị giới tử nghe cho kỹ, nay có 12 điều cần phải hỏi cho đủ, các vị nếu không phãm, mới co thể thọ giới được. Nay tôi thay Chư Giới sư mà hỏi các vị. Nếu các vị không có mười hai tội chướng nạn[2], mới được thọ giới. Tôi bây giờ hỏi các vị các vị cứ thật mà đáp.

1. Hỏi: **Các vị có phạm biên tội không?**

(Biên tội là trước đã thọ giới mà phạm sát, đạo, dâm, vọng, như thế là ở bên ngoài Phật pháp. Giải trước rồi hỏi sau).

Đáp: **Mô Phật, không**. (1 xá)

2. **Các vị có phạm hạnh nhơ với Tỳ kheo không?**

(Khi còn cư sĩ có phạm bất tịnh với Tỳ kheo không?)

Đáp: **Mô Phật, không**. (1 xá)

3. **Các vị có phải tặc tâm thọ giới không?**

(Khi còn cư sĩ, trộm nghe thuyết giới Yết ma, dối xưng mình là Tỳ-kheo-ni)

Đáp: **Mô Phật, không**. (1 xá)

---

2. Giới Đàn Ni, soạn dịch: TT Thích Minh Phát, NXB Tôn Giáo, 2013, trag 67-68.

4. Các vị có phá nội, ngoại đạo không?

(Nguyên trước là ngoại đạo, sau theo Phật thọ Cụ túc rồi trở lại đạo mình. Nay muốn trở lại thọ giới nữa, ấy là nội ngoại đều phá hoại, chí tánh không nhất định).

Đáp: **Mô Phật, không**. (1 xá)

5. **Các vị có phải hoàng môn?**

(Hoàng môn: phi nam, phi nữ, không phải tánh người nữ)

Đáp: **Mô Phật, không**. (1 xá)

6. Hỏi: **Các vị có giết cha không**? (o)

Đáp: **Mô Phật, không.** (1 xá)

7. Hỏi: **Các vị có giết mẹ không**? (o)

Đáp: **Mô Phật, không**. (1 xá)

8. Hỏi: **Các vị có giết A-la-hán không**? (o)

Đáp: **Mô Phật, không**. (1 xá)

9. Hỏi: **Các vị có phá Yết ma Tăng không?** (o)

(Phá yết ma Tăng là ở trong một cương giới mà tách ra hai chúng và đồng thời làm yết ma)

Đáp: **Mô Phật, không.** (1 xá)

10. Các vị có ác tâm làm thân Phật ra máu không? (o)

(*Phật đã diệt độ, hiện nay moi khoét tượng Phật, phá tháp, hoại chùa đều là đồng loại về tội ấy*). Giải trước rồi hỏi sau.

Đáp: **Mô Phật, không**. (1 xá)

11. **Các vị có phải là phi nhân không?**

(Phi nhân là quỉ thần biến hóa ra hình người)

Đáp: **Mô Phật, không**. (1 xá)

12. **Các vị có phải hai hình không?**

(có đủ hai căn nam và nữ)

Đáp: **Mô Phật, không**. (1 xá)

Các giới tử! Các vị không có những chướng ngại như trên đây thì nhất định được thọ giới. Các vị phải chấp tay chí thành lóng nghe Giáo thọ Ni truyền thọ.

15. KHẢI THỈNH MƯỜI PHƯƠNG TAM BẢO CHỨNG MINH

Giáo thọ Ni:

Các giới tử! Đức Phật vì một đại sự nhân duyên mà ra đời, ấy là khai thị Phật tri kiến cho chúng sanh ngộ nhập. Nên ngài đã thuyết ra 84,000 pháp môn. Nhưng đại khái không ngoài ba học là: giới-định-tuệ. Song tuệ do định mà phát, định nhờ giới mà sanh và công năng sanh ra giới là do lòng chí thành lãnh thọ; lãnh thọ không trái thì giới thể vô tác do đó mới thành. Cho nên, giới là đứng đầu của ba học, là nền tảng của muôn pháp lành. Các bậc Thánh Hiền nhờ giữ giới mà chứng Bồ đề, chư Phật cũng do nơi giới mà thành Chánh

giác. Do vậy, các giới tử cần phải hết lòng chi thành mà lãnh thọ.

Này các giới tử! Nếu muốn thọ giới cho trong sạch, các vị phải một lòng cung kỉnh, khải thỉnh mười phương Tam Bảo giáng lâm đạo tràng, vì các vị mà tác chứng mới kham thọ giới. Các vị phải nhất tâm nói theo tôi mà khải thỉnh:

Đệ tử chúng con pháp danh là...... một lòng phụng thỉnh Bổn Sư Thích Ca Mâu Ni Phật, mười phương ba đời tất cả chư Phật, chư tôn pháp, chư Bồ tát, chư Hiền Thánh tăng. Cúi xin Tam bảo vì thương xót chúng con mà thùy từ chiếu giám. Con nhờ từ lực Tam bảo mà được thọ giới Sa-di-ni. (1 xá, o)

Yết ma sư niêm hương, khải bạch:

Đệ tử chúng con pháp danh là...... một lòng phụng thỉnh Bổn Sư Thích Ca Mâu Ni Phật, mười phương ba đời tất cả chư Phật, chư tôn pháp, chư Bồ tát, chư Hiền Thánh tăng. Các giới tử........... này, theo Hòa thượng Ni thượng...... hạ...... cầu

thọ Sa-di-ni giới.

Các giới tử này, nay cầu hiện tiền Ban giới sư xin thọ Sa-di-ni mười giới, các giới tử này có thể đối với Tam Thừa Diệu Nghĩa hay sanh tín tâm. Ngưỡng nguyện Tam bảo vì thương xót các giới tử này mà thùy từ ban cho các Sa-di-ni chánh giới.

Dạy rồi, **Ni sư điển lễ** xướng để các giới tử đảnh lễ:

Nhứt tâm đảnh lễ Bổn sư Thích Ca Như Lai cùng Tam bảo vô thượng. (1 lạy, o)

16. LẠY BỐN ÂN

Điển lễ:

Các giới tử! Chư giới sư ni đã vì các vị khải bạch Tam bảo. Từ đây, các vị phải tinh tấn tu tập, cầu thoát khỏi trần lao để đền trả bốn ân, khắp giúp ba cõi, là vì không bỏ ân ái. Nay các vị nguyện bỏ thế tục vào nhà đạo, theo phép xuất gia thì phải vượt khỏi thường tình, không lạy cha mẹ, song

các vị phải nhớ bốn ân đức lớn, nên trong giờ phút này phải chuyên tâm lễ tạ để về sau không còn lạy nữa. Các vị hãy xoay về hương Bắc lễ tạ bốn ân và theo lời xướng của tôi.

- **Giới tử mang ơn cha mẹ sinh thành, cúi đầu kính lễ Tam Bảo thường trụ trong mười phương.** (1 lạy, o)
- **Giới tử mang ơn sư trưởng giáo huấn, cúi đầu kính lễ Tam Bảo thường trụ trong mười phương.** (1 lạy, o)
- **Giới tử mang ơn bằng hữu và các bậc thiện tri thức đã tác thành cho, cúi đầu kính lễ Tam Bảo thường trụ trong mười phương.** (1 lạy, o)
- **Giới tử mang ơn mọi loài chúng sanh, cây cỏ và đất đá, cúi đầu kính lễ Tam Bảo thường trụ trong mười phương.** (1 lạy, o)

17. THỈNH HÒA THƯỢNG NI

Giáo thọ Ni:

Các giới tử, từ trước đến nay các vị đã lạy tạ bốn ân rồi. Bây giờ phải chí thành hướng về Tam bảo mà nghe cho kỹ.

Đức Phật dạy: Tại gia thì gia duyên ràng buộc, nhiều phiền não do đó mà sanh. Xuất gia thì rộng rãi như hư không, tất cả pháp lành do đó mà tăng trưởng. Cho nên, muốn chứng quả vô thượng Bồ đề, thì phải xuất gia mới có nhiều thắng duyên để thành tựu.

Yết ma sư:

Các giới tử! Bây giờ đến giờ phút quan trọng, đó là thệ nguyện xuất gia thọ trì Sa-di-ni giới. Các vị phải chí thành nói theo tôi:

Chúng con pháp danh là ... quy y Phật, quy y Pháp, quy y Tăng, Tỳ-kheo-ni thượng ... hạ... làm Hòa thượng, Đức Thích Ca Mâu Ni Như Lai Ứng Cúng Chánh Đẳng Giác là đấng Thế Tôn của con. (3 lần, ooo)

Chúng con pháp danh là.... quy y Phật rồi,

quy y Pháp rồi, quy y Tăng rồi. Nay con theo Phật xuất gia, Tỳ-kheo-ni thượng... hạ... làm Hòa thượng. Đức Thích Ca Mâu Ni Như Lai Ứng Cúng, Chánh Đẳng Giác là đấng Thế Tôn của con. (3 lần, ooo)

Ni sư điễn lễ xướng để các giới tử đảnh lễ:

Nhứt tâm đảnh lễ Bổn sư Thích Ca Như Lai cùng Tam bảo vô thượng. (1 lạy, o)

18. TRUYỀN MƯỜI GIỚI SA-DI-NI

Hòa thượng Ni:

Các giới tử lắng nghe, từ trước tới nay Ban giới sư đã yết ma cho các vị, giới thể đã tròn đủ. Nay trao giới tướng cho các vị để biết mà giữ gìn. Các vị quỳ thẳng chấp tay mà lãnh thọ.

Đây là giây phút long trọng của sự tiếp nhận mười giới Sa-di-ni. Mười giới Sa-di-ni là cửa ngõ lớn đưa vào đại chúng những người xuất gia, làm nền tảng của Giới Lớn Ba La Đề Mộc Xoa sau

này.

Các vị hãy lắng nghe từng giới một với tâm hồn thanh tịnh. Và hãy trả lời "Mô Phật, con xin giữ được" **mỗi khi thấy mình có khả năng tiếp nhận, học hỏi và hành trì giới luật được tuyên đọc.** [3]

- Các giới tử, các vị đã sẵn sàng chưa?

Đáp: **- Mô Phật, chúng con đã sẵn sàng rồi.**

18.1. GIỚI THỨ NHẤT LÀ BẢO VỆ SANH MẠNG.

Ý thức được những khổ đau do sự sát hại gây ra, con xin học theo hạnh đại bi để bảo vệ sự sống của mọi người và mọi loài. Con nguyện không giết hại sanh mạng, không tán thành sự giết chóc và không để người khác giết hại, dù là trong tâm tưởng hay trong cách sống hằng ngày của con.

Đó là giới thứ nhất của mười giới Sa-di-ni. Quý vị có phát nguyện tiếp nhận, học hỏi và hành trì giới ấy hay không?

---

3. Nghi thức Truyền Giới Sa di, Thích Nhất Hạnh. https://langmai.org/phat-duong/nghi-thuc-truyen-gioi/truyen-gioi-sa-di/

Giới tử: **Mô Phật, con xin giữ được.** (1 xá, o)

18.2. GIỚI THỨ HAI LÀ TÔN TRỌNG QUYỀN TƯ HỮU.

Ý thức được những khổ đau do lường gạt, trộm cướp và bất công xã hội gây ra, con xin học theo hạnh đại từ để đem niềm vui sống và an lạc cho mọi người và mọi loài, để chia sẻ thì giờ và năng lực của con với những ai thiếu thốn. Con nguyện không lấy làm của riêng bất cứ một tài vật nào của thường trụ hoặc của bất cứ ai. Con nguyện tôn trọng quyền tư hữu của người khác, và cũng nguyện ngăn cản người khác không cho họ tích trữ và làm giàu một cách bất lương trên sự đau khổ của con người và của muôn loại.

Đó là giới thứ hai của mười giới Sa-di-ni. Quý vị có phát nguyện tiếp nhận, học hỏi và hành trì giới ấy hay không?

Giới tử: **Mô Phật, con xin giữ được.** (1 xá, o)

18.3.GIỚI THỨ BA LÀ BẢO VỆ TIẾT HẠNH.

Ý thức được rằng lý tưởng của người xuất gia chỉ có thể thực hiện được với sự cắt bỏ hoàn toàn những ràng buộc đối với ái dục, con nguyện giữ mình thật tinh khiết, tự bảo vệ nếp sống phạm hạnh của con và hết lòng bảo vệ tiết hạnh của người khác. Con biết hành động dâm dục sẽ làm tan vỡ cuộc đời xuất gia của con, làm hại đến cuộc đời của người khác, và không cho con thực hiện được lý tưởng cứu độ chúng sanh của mình.

Đó là giới thứ ba của mười giới Sa-di-ni. Quý vị có phát nguyện tiếp nhận, học hỏi và hành trì giới ấy hay không?

Giới tử: **Mô Phật, con xin giữ được.** (1 xá, o)

18.4. GIỚI THỨ TƯ LÀ THỰC TẬP CHÁNH NGỮ VÀ LẮNG NGHE.

Ý thức được những khổ đau do lời nói thiếu chánh niệm gây ra, con xin học theo các hạnh chánh ngữ và lắng nghe để có thể dâng tặng niềm vui cho người và làm vơi bớt khổ đau của người. Biết rằng lời nói có

thể đem lại hạnh phúc hoặc khổ đau cho người, con nguyện chỉ nói những lời có thể tạo thêm niềm tự tin, an vui và hy vọng, những lời chân thật có giá trị xây dựng hiểu biết và hòa giải.

Con nguyện không nói những điều sai với sự thật, những lời gây chia rẽ và căm thù.

Con nguyện không loan truyền những tin mà con không biết chắc là có thật, không phê bình và lên án những điều con không biết rõ.

Con nguyện thực tập lắng nghe với tâm từ bi, để có thể hiểu được những khổ đau và khó khăn của kẻ khác và để làm vơi đi những khổ đau của họ. Con nguyện không nói những điều có thể tạo nên sự bất hòa trong đoàn thể tu học của con, những điều có thể gây nên chia rẽ và làm tan vỡ đoàn thể tu học của con.

Con nguyện không nói những lỗi lầm của bất cứ một vị xuất gia nào và bất cứ về một đạo tràng nào, dù có khi con nghĩ là những lỗi lầm này có thật, trừ khi con được yêu cầu làm việc này trong những buổi thực

tập soi sáng có mặt đương sự.

Đó là giới thứ tư của mười giới Sa-di-ni. Quý vị có phát nguyện tiếp nhận, học hỏi và hành trì giới ấy hay không?

Giới tử: **Mô Phật, con xin giữ được.** (1 xá, o)

18.5. GIỚI THỨ NĂM LÀ GIỚI KHÔNG SỬ DỤNG RƯỢU.

Ý thức được những khổ đau do sự sử dụng rượu, các chất ma túy và các độc tố gây ra, con nguyện chỉ tiêu thụ những thức ăn thức uống không có độc tố và không có tác dụng gây nên sự say sưa, tình trạng mất tự chủ của thân tâm và tình trạng nặng nề và ốm đau của thân thể cũng như của tâm hồn.

Con nguyện thực tập chánh niệm trong việc ăn uống và tiêu thụ. Con nguyện chỉ tiêu thụ những gì có thể đem lại an lạc cho thân tâm con. Con nguyện không uống rượu, không sử dụng các chất ma túy, không ăn uống và tiêu thụ những sản phẩm có độc tố, trong đó có cả những sản phẩm sách báo và phim ảnh có chứa đựng bạo động, sợ hãi, thèm khát và hận thù.

Đó là giới thứ năm của mười giới Sa-di-ni. Quý vị có phát nguyện tiếp nhận, học hỏi và hành trì giới ấy hay không?

Giới tử: **Mô Phật, con xin giữ được.** (1 xá, o)

18.6. GIỚI THỨ SÁU LÀ KHÔNG SỬ DỤNG MỸ PHẨM VÀ ĐỒ TRANG SỨC.

Ý thức được cái đẹp đích thực của người xuất gia là tính chất vững chãi và thảnh thơi, con nguyện mỗi ngày làm đẹp cho con và cho tăng thân con bằng sự thực tập chánh niệm, cụ thể qua sự hành trì giới luật và các uy nghi trong đời sống hằng ngày. Con biết các loại mỹ phẩm và trang sức mà người đời sử dụng chỉ có thể đem lại sự hào nhoáng giả tạo bên ngoài, và chỉ có tác dụng gây ra sự chìm đắm và vướng mắc, cho nên con nguyện sống giản dị, gọn gàng và sạch sẽ trong cách ăn mặc của con. Con nguyện không sử dụng các loại nước hoa, phấn, sáp, các loại mỹ phẩm và các thức trang sức khác.

Đó là giới thứ sáu của mười giới Sa-di-ni. Quý vị có phát nguyện tiếp nhận, học hỏi

và hành trì giới ấy hay không?

Giới tử: **Mô Phật, con xin giữ được.** (1 xá, o)

18.7. GIỚI THỨ BẢY LÀ KHÔNG VƯỚNG MẮC VÀO CÁC LỐI TIÊU KHIỂN TRẦN TỤC.

Ý thức được những ca khúc, phim truyện, sách báo và các trò giải trí của thế gian có thể có tác dụng độc hại cho thân tâm người xuất gia và làm mất thì giờ cho công phu tu học của mình, con nguyện không để bị chìm đắm theo những sản phẩm ấy.

Con nguyện không đọc tiểu thuyết, không xem phim ảnh và sách báo trần tục, không tìm sự tiêu khiển bằng cách ca hát và thưởng thức những bài hát tình sầu, kích động và đứt ruột, và không đánh mất thì giờ tu học của con bằng những trò chơi điện tử và bài bạc.

Đó là giới thứ bảy của mười giới Sa-di-ni. Quý vị có phát nguyện tiếp nhận, học hỏi và hành trì giới ấy hay không?

Giới tử: **Mô Phật, con xin giữ được.** (1 xá, o)

18.8. GIỚI THỨ TÁM LÀ KHÔNG SỐNG ĐỜI SỐNG VẬT CHẤT SANG TRỌNG VÀ XA HOA.

Ý thức được rằng sống trong những điều kiện vật chất sang trọng và xa hoa, người xuất gia sẽ khởi tâm ái dục và tự hào, con nguyện suốt đời chỉ sống một nếp sống giản dị, thiểu dục và tri túc. Con nguyện không ngồi và không nằm trên những chiếc ghế và chiếc giường lộng lẫy, không sử dụng lụa là, gấm vóc, xe cộ bóng loáng và nhà cửa cao sang.

Đó là giới thứ tám của mười giới Sa-di-ni. Quý vị có phát nguyện tiếp nhận, học hỏi và hành trì giới ấy hay không?

Giới tử: **Mô Phật, con xin giữ được.** (1 xá, o)

18.9. GIỚI THỨ CHÍN LÀ KHÔNG ĂN MẶN VÀ KHÔNG ĂN NGOÀI NHỮNG BỮA ĂN CỦA ĐẠI CHÚNG

Ý thức được nhu yếu giữ gìn sức khỏe, sống hòa hợp với tăng thân và nuôi dưỡng lòng từ bi, con nguyện suốt đời ăn chay và không ăn ngoài những bữa ăn

của đại chúng, trừ trường hợp có bệnh. Đó là giới thứ chín của mười giới Sa-di-ni. Quý vị có phát nguyện tiếp nhận, học hỏi và hành trì giới ấy hay không?

Giới tử: **Mô Phật, con xin giữ được.** (1 xá, o)

18.10. GIỚI THỨ MƯỜI LÀ KHÔNG TÍCH LŨY TIỀN BẠC VÀ CỦA CẢI.

Ý thức được rằng hạnh phúc của người xuất gia được làm bằng các chất liệu vững chãi và thảnh thơi, con nguyện không để cho tiền bạc và của cải làm vướng bận đường tu của con. Con nguyện không tích lũy tiền bạc và của cải, không đi tìm hạnh phúc trong sự chất chứa tiền bạc và của cải, không nghĩ rằng tiền bạc, châu báu và của cải có thể bảo đảm cho sự an ninh của con.

Đó là giới thứ mười của mười giới Sa-di-ni. Quý vị có phát nguyện tiếp nhận, học hỏi và hành trì giới ấy hay không?

Giới tử: **Mô Phật, con xin giữ được.** (1 xá, o)

Giáo thọ sư :

Này các vị Sa-di-ni! Quý vị vừa mới tiếp

nhận mười giới Sa-di-ni. quý báu và được tiếp nhận vào trong đoàn thể của những người xuất gia. Được sanh làm người, được gặp Phật, Pháp và được tham dự vào sự sống của Tăng đoàn là một sự may mắn cho chính bản thân, cho gia đình và cho dòng họ. Thì giờ thấm thoát như tên bay, quý vị phải chuyên cần tu học, đừng bỏ phí thì giờ và tuổi trẻ. (o)

Giới tử: **Mô Phật, chúng con xin y giáo phụng hành**. (3 lần, ooo)

19. LỄ TRUYỀN MAN Y VÀ ĐÃY LỌC NƯỚC

(Giới tử chuẩn bị một Man y
và 1 đãy lọc nước để trên mâm nhỏ)

19.1. TRUYỀN MAN Y

Yết ma sư cầm y trao cho vị giới tử đại diện và nói:

Bây giờ đến giây phút thọ nhận pháp y Sa-

di-ni, báu vật của người xuất thế.

Này các giới tử, y này chính là pháp y giải thoát. Đắp y này có thể giải thoát tham, sân, si. Y này cũng là ruộng phước đức, tăng trưởng thiện căn. Chư Phật đắp y này mà chứng quả Bồ-đề; chư tổ đắp y này mà hành Phật đạo. Nay tôi trao y này cho các vị, các vị hãy chí thành mà lãnh thọ.

Giới tử hai tay tiếp y và thưa: **"Mô Phật, con xin vâng lời."**

Điển lễ dạy tiếp:

Các giới tử hãy quỳ xuống, hay tay nâng y ngang trán và nói theo tôi để lãnh thọ:

Bạch Đại đức một lòng thương xót, con Sa-di-ni pháp danh là... Man y An-đà-hội này, con xin thọ trì. (3 lần, o)

Tốt lắm, các vị hãy y như giới luật mà thọ trì pháp y của Phật.

Giới tử đáp: **"Mô Phật, con xin vâng lời."**

Giới tử đứng dậy, vừa đắp y, vừa đọc kệ và đại chúng cũng đọc lớn hộ trì:

Lành thay áo giải thoát,
Áo ruộng phước tối thượng.

Nay con kính tiếp nhận,

Đời đời nguyện không rời.

Án, tất-đà-da ta-ha. (3 lần, o)

Điển lễ dạy tiếp:

Xin các vị Sa-di-ni đứng dậy, nghe tiếng chuông và lạy 1 lạy. (o)

19.2. TRUYỀN ĐÃY LỌC NƯỚC

Yết ma sư cầm đãy lọc nước và nói:

Bây giờ đến giây phút thọ nhận đãy lọc nước.

Này các giới tử, đãy lọc nước này là dụng cụ hành từ hộ sanh của Phật.

Nay tôi trao y này cho các vị, các vị hãy chí thành mà lãnh thọ.

(Yết ma sư trao đã lọc nước cho vị giới tử đại diện)

Giới tử hai tay tiếp y và thưa: **"Mô Phật, con xin vâng lời."**

Điển lễ dạy tiếp:

Các giới tử hãy quỳ xuống, hay tay nâng đãy lọc nước ngang trán và nói theo tôi để lãnh thọ:

Bạch Đại đức một lòng thương xót, con Sa-di-ni pháp danh là.... Đãy lọc nước này là dụng cụ hành từ hộ sanh của Phật, nay con xin thọ trì. (3 lần, o)

Yết ma sư:

Tốt lắm, các vị hãy thọ trì đãy lọc nước y như giới luật đã dạy.

Giới tử đáp: **"Mô Phật, con xin vâng lời."**

Giới tử đọc kệ và đại chúng cũng đọc lớn hộ trì:

Lành thay đãy lọc nước,
Là pháp cụ thực hành lòng từ bi
hộ mạng chúng sanh.
Khi đi hay về thường mang theo sử dụng,
Hợp với đạo Bồ-tát.

Án, phạ tất ba ra ma ni, tá ha. (3 lần, o)

Điển lễ dạy tiếp:

Xin các vị Sa-di-ni đứng dậy, nghe tiếng chuông và lạy 1 lạy. (o)

Giáo thọ Ni:

Này các giới tử! Như vậy là ngày nay các vị đã lãnh thọ giới pháp Sa-di-ni với pháp y và đãy lọc nước rồi. Quý vị đã chính thức

trở thành các Sa-di-ni trước mặt Tam Bảo.

Quý vị là những người có nhiều may mắn, đã từng gieo hạt giống tốt trong quá khứ. Thời giờ thấm thoát như tên bay, quý vị phải chuyên cần tinh tấn tu học, đừng bỏ phí thời gian và tuổi trẻ.

Nghe chuông, xin lạy xuống ba lạy để tỏ lòng tôn kính Tam Bảo, Đức Bổn Sư và Thái Tổ Ni Kiều Đàm Di.

Giới tử: **Chúng con xin y giáo phụng hành**. (3 lần)

Điển lễ xin quý vị đứng lên và theo lời tôi xướng mà đảnh lễ tạ ân:

Chí tâm đảnh lễ Thập phương Thường trụ Tam bảo. (1 lạy, o)

Chí tâm đảnh lễ Ta bà Giáo chủ Bổn Sư Thích Ca Mâu Ni Phật. (1 lạy, o)

Chí tâm đảnh lễ Khải giáo A-Nan-Đà Tôn giả. (1 lạy, o)

Chí tâm đảnh lễ Trì Luật đệ Nhất Ưu Ba li Tôn giả. (1 lạy, o)

Chí tâm đảnh lễ Thánh Tổ Ni Đại-Ái-Đạo Kiều-Đàm-Di Tôn giả. (1 lạy, ooo)

20. KINH BÁT-NHÃ BA-LA-MẬT

Khi Ngài Quán Tự Tại Bồ Tát thực hành sâu xa pháp Bát-nhã Ba-la-mật-đa, Ngài soi thấy năm uẩn đều không, qua hết thảy khổ ách.

"Này Xá Lợi Phất, sắc chẳng khác không, không chẳng khác sắc, sắc tức là không, không tức là sắc. Thọ, Tưởng, Hành, Thức cũng đều như thế".

"Này Xá Lợi Phất, 'tướng không của mọi pháp' không sanh, không diệt, không dơ, không sạch, không thêm, không bớt, nên trong 'chân không', không có sắc, không có thọ, tưởng, hành, thức, không có mắt, tai, mũi, lưỡi, thân, ý, không có sắc, thinh, hương, vị, xúc, pháp, không có nhãn giới, cho đến không có ý thức giới, không có vô minh, cũng không có cái hết vô minh, cho đến không có già chết, cũng không có cái hết già chết, không có khổ, tập, diệt, đạo, không có trí huệ, cũng không có chứng đắc.

Vì không có chỗ chứng đắc, nên Bồ Tát y theo Bát-nhã Ba-la-mật-đa, tâm không

ngăn ngại. Vì không ngăn ngại, nên không sợ hãi, xa hẳn điên đảo, mộng tưởng, đạt tới cứu cánh Niết Bàn.

Chư Phật trong ba đời cũng y theo Bát-nhã Ba-la-mật-đa, được đạo quả vô thượng chánh đẳng chánh giác.

Nên biết Bát-nhã Ba-la-mật-đa là Đại Thần Chú, là Đại Minh Chú, là Vô Thượng Chú, là Vô Đẳng Đẳng Chú, trừ được hết thảy khổ, chân thật không hư". Vì vậy, liền nói Chú Bát-nhã Ba-la-mật-đa:

"Yết đế, yết đế, ba la yết đế, ba la tăng yết đế, bồ đề tát bà ha". (3 lần) (o)

21. NIỆM PHẬT

Bậc Đại Giác viên mãn
xuất hiện nơi cõi Ta Bà
Tấm lòng ôm trọn cả thái hư,
Trí giác soi cùng đại thiên thế giới,
Xin rủ lòng từ, xót thương minh chứng.

Thế Tôn dung mạo như vầng nguyệt.
Lịa như mặt nhật phóng quang minh
Hào quang trí tuệ chiếu muôn phương
Hỷ xả từ bi đều thấm nhuận. (o)
Nam Mô Bổn Sư Thích Ca Mâu Ni Phật.
(3 lần) (o)
Nam Mô Đương Lai Hạ Sanh
Di Lặc Tôn Phật. (3 lần) (o)
Nam Mô A Di Đà Phật. (3 lần) (o)
Nam Mô Quan Thế Âm Bồ Tát. (3 lần) (o)
Nam Mô Đại Thế Chí Bồ Tát. (3 lần) (o)
Nam Mô Địa Tạng Vương Bồ Tát. (3 lần) (o)
Nam Mô Thanh Tịnh Đại Hải
Chúng Bồ Tát. (3 lần) (ooo)

22. HỒI HƯỚNG

Truyền trì giới thâm diệu
Tạo công đức vô biên
Đệ tử xin hồi hướng

Cho chúng sinh mọi miền. (o)

Pháp môn xin nguyện học
Ân nghĩa xin nguyện đền
Phiền não xin nguyện đoạn
Quả Bụt xin chứng nên. (ooo)

23. PHỤC NGUYỆN

Cửu phẩm liên hoa dâng lối, mười phương Tam Bảo chứng minh.

Oai thần hộ niệm gia trì, Thánh chúng Long thiên ủng hộ.

Sát-na dâng trọn lòng thành, giới đức trang nghiêm bờ cõi.

Hôm nay, ngày…… tháng…… năm……, **đệ tử chúng con là Tỳ-kheo-ni… cùng Hội đồng Thập sư (Tam sư Thất chứng), một dạ chí thành, vân tập tại Đại hùng bảo điện Chùa Hương Sen, bang California, Hoa Kỳ, thành công đức thiết lễ truyền**

trao tịnh giới Sa-di-ni cho các giới tử pháp danh:..., thế danh.... (tuần tự đọc tên các giới tử nếu có thời gian).

Vừa rồi bao nhiêu công đức truyền giới, bấy nhiêu hương hoa cúng dường, thành kính hướng về Phục nguyện:

- **Cầu nguyện: Đạo tràng Chùa Hương Sen ngày một hưng long, sớm thành chốn tùng lâm thạnh trị, nghiêm tịnh tu trì; tứ chúng đồng tu, đàn việt tín tâm, chư thiên hộ pháp, Bồ-tát mười phương d dũ lòng gia hộ, giúp cho Phật sự hanh thông, thiện duyên thành tựu.**
- **Cúi nguyện: Phật nhật tăng huy, pháp luân thường chuyển, gió hòa mưa thuận, đất nước thanh bình, nhân dân an lạc, vạn loại hàm linh thái bình thịnh trị.**
- **Tái nguyện: Chư tôn đức Giới sư pháp thể khinh an, tuệ đăng thường chiếu, phước trí viên mãn, mãi là tàng cây đại thụ che chở hàng hậu học.**
- **Lại nguyện: Các giới tử cần cầu giới pháp hôm nay, thân tâm an lạc, chí nguyện kiên cố, tinh tấn tu trì**

Giới-định-tuệ, đắc giới thể trang nghiêm, viên tròn hạnh nguyện.

Sau cùng: Nguyện đem công đức này, hướng về khắp tất cả, đệ tử và chúng sanh, đều trọn thành Phật đạo. (o)

Đại chúng đồng niệm:

Nam Mô A Di Đà Phật. (o)

24. TAM QUY

Con nương theo Phật,
Cầu cho chúng sanh
Tin chắc Đạo cả,
Phát lòng vô thượng. (1 lạy, o)

Con nương theo Pháp,
Cầu cho chúng sanh
Thấu rõ kinh tạng,
Trí huệ như biển. (1 lạy, o)

Con nương theo Tăng,
Cầu cho chúng sanh
Kính tín hòa hợp,
Tất cả không ngại. (1 lạy, ooo)

25. TÁC BẠCH TẠ ÂN CHƯ TÔN GIỚI SƯ

(Một đại diện Giới tử đọc)

Nam Mô Bổn Sư Thích Ca Mâu Ni Phật.

Ngưỡng bái bạch Quý Ni trưởng, Ni sư trong Ban Giới sư,

Chúng con pháp danh là ...... đại diện cho các giới tử cầu thọ giới pháp hôm nay, thành tâm đê đầu đỉnh lễ quý Ngài.

Kính bạch quý Ngài, chúng con tự biết thân phận phàm phu, chướng sâu nghiệp nặng. Nhưng nhờ hồng ân Tam Bảo gia hộ, và đặc biệt là nhờ lòng thùy từ lân mẫn, thương tưởng hàng hậu học của quý Ni trưởng, quý Ni sư, đã không quản ngại đường xá xa xôi, quang lâm bổn tự Chùa Hương Sen, đăng đàn truyền trao giới pháp Sa-di-ni cho chúng con.

Giờ này, trong giờ phút thiêng liêng khi giới thể đã được châu viên, mười giới Sa-di-ni đã được truyền trao trọn vẹn, lòng chúng con ngập tràn niềm hỷ lạc và xúc động.

Ơn giáo dưỡng một đời nên huệ mạng
Nghĩa truyền trao muôn kiếp khó đáp đền.

Trước chánh điện trang nghiêm, đối trước dung nhan từ ái của Chư tôn Giới sư, chúng con xin thành tâm phát nguyện:

Suốt đời nghiêm thân, cẩn mật giữ gìn giới thể vừa lãnh thọ cho được thanh tịnh như phao nổi qua sông; nguyện nỗ lực tu học, hoằng dương chánh pháp, xứng đáng là những Sa-di-ni thúc liễm thân tâm, tiến bước trên nấc thang thánh hiền theo gương Đức Thánh Tổ Kiều Đàm Di Mẫu, hầu báo đáp ân đức sâu dày của Tam Bảo và của Chư tôn Giới sư.

Giờ đây, với tấm lòng thành kính tri ân mười muôn phần khó tả, chúng con có sắm sửa chút lễ vật mọn gồm tịnh tài và tịnh vật, kính dâng lên cúng dường Chư tôn Giới sư. Kính mong quý Ngài mở lòng từ bi hỷ xả, ai mẫn nạp thọ cho hàng hậu học chúng con được ân triêm công đức.

Kính nguyện cầu mười phương Tam Bảo thùy từ gia hộ cho Quý Ni trưởng, Quý Ni sư trong Ban Giới sư pháp thể khinh an, đạo thọ miên trường, tuệ đăng thường chiếu, là bóng cây đại thụ che chở cho hàng hậu học chúng con trên lộ trình giải thoát.

Nam Mô Công Đức Lâm Bồ Tát
Ma Ha Tát. (o)

(Đợi Chư tôn Giới sư ban lời đạo từ hoặc đáp lễ xong, rồi Giới tử tiếp tục bạch):

Giới tử: Trên Quý Ni trưởng, Ni sư trong Ban Giới sư đã từ bi mẫn nạp lễ vật và ban bố lời đạo từ quý báu cho chúng con. Giới tử chúng con xin thành kính y giáo phụng hành.

Giới tử cùng đọc:

Chúng con xin y giáo phụng hành. (3 lần, o)

Giờ đây, chúng con xin đê đầu đảnh lễ cúng dường Chư tôn Giới sư tam bái. (3 lạy, ooo)

- Chụp hình lưu niệm
- Hoàn mãn

THAM KHẢO

1.*Giới Đàn Ni*, soạn dịch: TT Thích Minh Phát, NXB Tôn Giáo, 2013.

2. *Nghi thức Truyền Giới Sa di, Thích Nhất Hạnh.*

https://langmai.org/phat-duong/nghi-thuc-truyen-gioi/truyen-gioi-sa-di/

3.*Cương Yếu Giới Luật*, Hòa Thượng Thánh Nghiêm, Thích nữ Tuệ Đăng dịch, Nhà xuất bản Thời Đại, 2010.

https://www.thuvienhoasen.org/a9851/chuong-5-thuc-xoa-ma-ni

4. *Nghi lễ Hàng ngày*, Thích Nữ Giới Hương, NXB Hồng Đức, 2023.

https://www.huongsentemple.com/index.php/vn/phat-phap/nghi-la-ha-ng-nga-y

Đức Phật Thích Ca đang giáo giới cho Thánh tổ Ni Đại-Ái-Đạo Kiều-Đàm-Di.